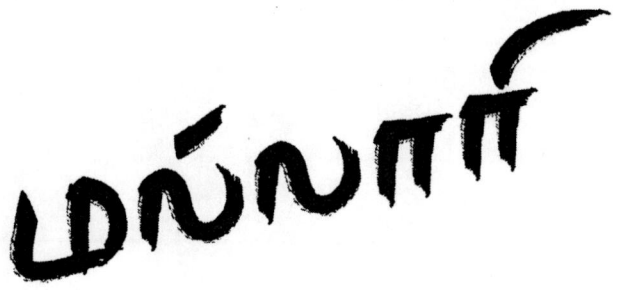

# மல்லாரி

ஜி.பி. இளங்கோவன்

வேரல்
புக்ஸ்

வேரல்
புக்ஸ்

வேரல் புக்ஸ் வெளியீட்டு எண்: 33

மல்லாரி * ஜி.பி.இளங்கோவன்© * கவிதைகள் * முதல் பதிப்பு: ஜனவரி 2023 * பக்கங்கள்: 110 * வேரல் புக்ஸ் * 6, இரண்டாவது தளம், காவேரி தெரு, சாலிகிராமம், சென்னை – 600093 * மின்னஞ்சல்: veralbooks2021@gmail.com * தொலைபேசி: 9578764322 * அட்டைவடிமைப்பு: லார்க் பாஸ்கரன் * லேஅவுட்: சந்தோஷ் கொளஞ்சி

Mallari * G.P.Ilangovan© * Poems * First Editon: January 2023 * Pages: 110 * Veral Books * No: 6, 2nd Floor, Kaveri Street, Saligramam, Chennai – 600093 * Email ID: veralbooks2021@gmail.com * Phone: 9578764322 * Wrapper Designed by: Lark Bhaskaran * Layout Designed by: Santhosh kolanji

**Rs. 110**

**ISBN: 978-81-960544-6-5**

## பச்சை நிறங்கண்ட வானம்...

கைவிட்டுப்போன பால்யத்தின் அனுபவங்களே தற்போது கவிதைகளாக உருத் திரண்டு மீண்டும் என்னை நோக்கியே திரும்பிக்கொண்டிருக்கின்றன. வெகுநீண்ட இவ்வாழ்வின் நடுவில் நின்றுகொண்டு திரும்பமுடியாமலும் தொடர்ந்து செல்ல இயலாமலும் நெருக்கடியான அனுபவங்களைத் திரும்பத் திரும்ப எழுதிப்பார்க்கிறேன். எங்கு நான் தொலைந்து போனேனோ அங்கேயே திரும்பவும் வந்து நின்றுவிட்டேன். சுழற்சியின் மாற்றமுடியாத விதிகளில் ஒன்றாக இந்த வாழ்வு அமைந்துவிட்டது திரும்பி நடப்பவனின் கால்களில் உண்டான காயத்தின் வலி கூடிக்கொண்டே போகிறது ஆனாலும் தொடர்ச்சியான யாத்திரையை நிறுத்திவிடத் தோன்றவில்லை. ஏதோவொரு கருணையால் வழிநடத்தப்படும் இப்பயணத்தில் எதிரும் புதிருமாக நடந்து பார்க்கிறேன். எதிரில் நீயும் புதிராக இக்கவிதைகளும் அமைந்துவிட்ட இக்காலத்தின் பேரமைதியை ஏற்றுக்கொண்டுவிட்டேன்.

கல்வி பயிலும் காலங்களில் வீட்டிலிருந்து பள்ளிக்கூடம்வரை நெடுந்தொலைவு நடந்துசென்றே திரும்பியிருக்கிறேன். வழியெல்லாம் தோன்றிய மனிதர்களிடம் நான் பெற்றுக்கொண்ட அன்பையும் பிரியத்தையுமே தற்போதைய நாட்கள்வரை கைப்பிடித்து அலைகிறேன். இந்த அன்பினைப் பாதுகாப்பதும் அதன்வழி நடப்பதும் அவ்வளவு எளிதானதல்ல; தற்செயலாக நடத்துவிடுகிற விபத்துகள் போன்று ஒரே நொடியில் எல்லாம் தலைகீழாக மாறிவிடும் அபாயம் உண்டு. திருவிழா முடிந்துபோன வீதியைப்போல் அவ்வளவு வெறுமையாகத் தோன்றும். பிறகு அதிகாலை வானத்தில் கரைந்துபோகும் பறவைக் கூட்டங்கள் மற்றொரு நாளைத் தொடங்கிவைத்து ஆசிர்வதிக்கும். ஒன்றுதோன்றி மற்றொன்றாக உருமாறும் வேதியியலின் பண்புகள் நிறைத்த இவ்வாழ்வின் சிதறிய சொற்களை ஒவ்வொன்றாகச் சேமித்துக்கொண்டிருப்பேன். பிறிதொரு அகாலத்தில் அவையெல்லாம் ஒன்றுதிரண்டு தமக்கான கவிதைகளைத் தாமே உருவாக்கிக்கொள்ளும் அதிசயம் நான் பார்க்க நிகழ்ந்து கொண்டிருக்கும். அவ்வுருவாக்கத்தின் நேரடி சாட்சியாக மட்டுமே நான் இதுவரை இருந்து வந்திருக்கிறேன். எனக்கும் மொழிக்குமான உறவென்பது அவ்வளவே.

எனது முதல்தொகுப்பான 'ஒருபிடி நிழல்' கொடுத்த நம்பிக்கையிலிருந்தே இரண்டாவது தொகுப்பிற்குத் தற்போது தயாராகியுள்ளேன். இக்கவிதைகளின்மீது நிகழ்த்தப்பட்ட உரையாடல் என்பது மொழியின் லயத்தால் உருவானது. கண்முன்பே தோன்றிய சித்திரம் ஒன்று தொலைவில் செல்லச் செல்ல தன் அந்தகாரத்தினை இழப்பதுபோல அழகிய வடிவத்தோடு தோன்றிய இக்கவிதைகள் இறுதியில் தன்னை முழுவதுமாகத் துண்டித்துக்கொண்டு வெளியேறிவிடுகின்றன. இதன் ஒழுங்கை, அழகினை ஒருபோதும் இறுதியிட்டுச் சொல்லிவிடமுடியாது. நிகழ்தகவில் நிகழக்கூடிய விளைவுகள் அனைத்தும் இக்கவிதைகளுக்கும் பொருந்தும். இக்கவிதைகளின் தொடர்வாசகர்களாக இருந்துவரும் நண்பர்கள் வீரமணி பாலமுருகன், புலியூர் முருகேசன், செ.ஆடலரசன், அன்பில் ப்ரியன், கோ.பாரதிமோகன், மார்க்கண்டன் முத்துசாமி, காளான் இரா.மனோகரன், கல்லூர் மா.செல்வகுமார் உள்ளிட்ட அனைவரையும் நினைவுகூருகிறேன். இத்தொகுப்பிற்கு மிகப்பொருத்தமான அட்டைப்படத்தை வழங்கியிருக்கும் தம்பி லார்க் பாஸ்கரன் அவர்களுக்கும் இத்தொகுப்பு அழகுற வெளிவருவதற்கு உறுதுணையாக இருந்துவரும் சகோதரி அம்பிகா குமரனுக்கும் வேரல் பதிப்பகத்திற்கும் எனது அன்பினைத் தெரிவித்துக்கொள்கிறேன். இத்தொகுப்பு வெளிவருவதில் பெருமகிழ்ச்சி கொள்ளும் எனது நீண்டகால நண்பர்கள் அம்மாசத்திரம் ஜி.சரவணன், ஜி.கார்ல்மார்க்ஸ் போன்றவர்களோடு இந்தநேர மகிழ்ச்சியைப் பகிர்ந்துகொள்கிறேன். வாழ்வின் எல்லாத் தருணங்களிலும் அன்பினை வழங்கிக்கொண்டிருக்கும் மனைவி ஜி.கார்த்திகாவிற்கும் மகள்கள் வித்யாஶ்ரீ மற்றும் ஶ்ரீவர்ஷினி ஆகியோர்க்கும் இத்தொகுப்பின் வழியாக எனது அன்பினைப் பரிசளிக்கிறேன்

ஜி.பி.இளங்கோவன்

அம்மாசத்திரம்

கும்பகோணம்

பேச: 7010785750

23.11.2022

ilangovanperumal@gmail.com

கவிஞர் ஜெ.பிரான்சிஸ் கிருபாவுக்கு

காலம் கடந்துதான்
உன்னிடம் வருகிறேன்

கரைகடந்த புயலைப்போல் பேரமைதி
ஓய்ந்துவிட்ட மழையைப்போல்
ஒரு துயரம்.

சிற்றகலின் சுடரில்
தீயாக வெளியேறுகிறது காலம்

திரும்பமுடியாத வழியில்

உன் கைப்பிடி வெளிச்சத்தோடும்
பின்தொடர்கிற சாபங்களோடும்
வழியெங்கும் தொடர்கிறேன்

எதிரே வழிமறிக்கும்
துரோகங்களை, அவமானங்களை

கடந்துபோகவும்
வெளியேறவும்

இம்முறை
நீதான் வழிகாட்டவேண்டும்.

நீ வந்து
நின்ற இடம்தான்
இப்போது காலத்தின்
ஒரு நொடியாக அசைந்து கொண்டிருக்கிறது

வருவதும் போவதுமான
பேருந்துகளை இரைச்சலின்றி
பார்த்துக்கொண்டிருக்கிறேன்

கோடையில் கருகிப்போன
கனகாம்பரச் செடிகளுக்கு
நீரூற்ற வழிதெரியவில்லை

டிசம்பர் மாதப் பூக்களும்
குண்டுமல்லிக் கொடிகளும்
நீரின்றிப் பூக்காதுபோன துயரத்தில்

ஒருமுறை
கோடையில் மழை வந்தது

ஆனால்
நீ மட்டும் வரவில்லை.

இந்த இரவினை
ஓராயிரம் முறை தட்டிவிட்டேன்

சாம்பலாக இருளையே
உதிர்க்கிறது

உதயமாகும் சூரியனை
ஒருமுறைதான் தீண்டினேன்

அடடா

ஒவ்வொரு தளிரிலும்
ஒவ்வொரு நிறம்

தேர் வந்துபோன தெருவில்
அதிசயமாக
இன்று யானையொன்று வருகிறது

பாகனுக்கும் யானைக்கும்
பழக்கமான அத்தெருவில்

ஒருமுறை
பட்டத்து ராஜாவாக
யானைமேல்
பாகனும் வந்தான்.

அன்பும் துரோகமும்
ஒரே குவளையில் நிரம்பியிருக்கின்றன

தாகத்தின் பொருட்டு
இரண்டையும் பருகிவிட்டேன்
மாயை ஒரு கண்ணாடியைப்போல்
இழைகிறது.

பெருநகரத்தின் ஒவ்வொரு
வீட்டிலும் ஒன்றன்பின்
ஒன்றாக மின்விளக்குகள்
அணைக்கப்படுகின்றன

என் அறையின்
இறுதி நம்பிக்கையாக

ஒரு மெழுகுவர்த்தியை
ஏற்றி வைக்கிறேன்

அதன் ஒளியும்
அசையும் நிழலும்

ஒரு நகரத்தின்
மீதான நம்பிக்கையை

கைவிடாது போகட்டும்

நான்கு மாடி அலுவலக வளாகத்தின்
பாக்கு மர நிழலில்
காத்திருக்கிறேன்

வெயிலும் நிழலும்
இடம்விட்டு இடம் மாறுகிறது

ஓசையில்லாமல்
அதன் அசைவினை

ஒவ்வொரு நொடியாக
உற்றுப் பார்க்கிறேன்

வெப்பம் உயரும்போது
ஒரு சூரியனை
பாக்கு மரத்தின் தோகையிலும்
ஐந்தாவது மாடியின்
உயரத்திலும் பார்க்கிறேன்

இடப்பெயர்ச்சியின் பருவத்தில்
காலமென்பது
நான் அமர்ந்திருக்கும்
ஒரு மரநாற்காலி.

தகப்பனற்ற குழந்தைகளின் வீட்டில்
சாத்தப்படும் கதவுகள்
ஓசையின்றி அணைந்துகொள்கின்றன

நள்ளிரவின் கனவில்
பதறியெழும் குழந்தைகள்

தாமாகவே எழுந்து
தானாகவே திறந்து வைக்கின்றன வாசலை

இரவினை மூடத்தெரியாத
குழந்தையாக
விழித்துக்கொண்டேயிருக்கிறது
நள்ளிரவு.

தூங்கியெழும் குழந்தையாக
கன்னங்கள் சிவந்து கிடக்கும்
வானத்தில் நட்சத்திரங்களை

விரல்விட்டு எண்ணிக்கொண்டிருக்கிறேன்

பத்து விரல்களைத் தாண்டியும்
நீண்டு போகும் அதன் கணக்கில்

கூடுதலாக ஒன்றுமில்லை
கையளவே வானம்.

இறுதியாக உன்னை நம்புகிறேன்
நெடுஞ்சாலையின் ஓரத்தில்
வெட்டிச் சாய்க்கப்பட்ட மரங்களின்
உயிரற்ற வேர்களின் சாட்சியாகவும்

இனி ஒருபோதும்
கிளைவிடாத அம்மரத்தின் நிழலாகவும்
அங்கே வந்தமர்ந்த பறவைகளின்
எச்சிலாகவும்

நாளை தோண்டப்படும்
பாதாள சாக்கடையின் ஆழத்தில்
கொஞ்சம் மிச்சமிருக்கும்
அம்மரத்தின் ஆணிவேராகவும்

அதனடியில் பிடிவாதமாக
பற்றிக் கொண்டிருக்கும்
ஒரு பிடி மண்ணாகவும்

வேறு யாரையும் நம்ப முடியாத
ஒரு பெருமரத்தின் நம்பிக்கையில்
ஒரு கோடரி வீழ்ந்ததைப்போல்

இறுதியாக உன்னை மட்டுமே நம்புகிறேன்.

கனிந்த நிழலின்
ஓரமாகப் படபடக்கிறது
கறைபடிந்த வாதா இலை

வெய்யிலின் வெறுப்பில்
துப்பியவனின் புகையிலைச்சாற்றினை
உலர்த்திய பின்னரே

அது முடிவு செய்யும்
பறக்கவோ
மடியவோ.

இன்றைய நண்பகலுக்குப் பிறகுதான்
அந்த மரத்தடியில் வந்தமர்கிறேன்

ஏற்கனவே வந்துவிட்ட பறவைகளிடம்
உரையாட ஒன்றுமில்லாத
அவ்வேளையில்

சிதைந்துபோன அதன் காலடியில்
வாடிநிற்கும் ஒரு முள்செடியைக் கோதிவிட்டேன்

தொடுதலின் சுரணையற்ற முட்களால்
விரல்களின் வழியே குருதி பெருகியது

பாவத்தின் விரல்களை
ஒருமுறை உதறிவிட்டேன்

அசையத் தொடங்கியது
பெருவுலகின் சின்னஞ்சிறிய கிளை.

*சாரங்கபாணித் தேராக அசைகிறது*
*குடந்தையின் வீதிகள்*

*வடக்கயிற்றின் நீளத்திற்கு*
*பக்தகோடிகள்*

*ஜேசிபியும் கிரேன்களும்*
*தூக்கியிழுத்துவரும் தேரினை*

*முப்பட்டான் காலத்தில்*

*தந்தையோடு சேர்ந்து நானும்*
*ஓரடி*
*நகர்த்திவைத்தேன்.*

வேறொன்றுமில்லை உன்னிடம் சொல்ல

திரண்டுவரும் மேகங்கள்
காற்றின் திசையில் கலைவதைப்போல்
நடுஇரவில் விழித்துக்கொண்டேன்

மேலும் ஒருநாள்
நீ கனவில் வரும்போதாவது
பொழியட்டும் மாமழை

அது நாள் வரை

இக்கோடையை
பத்திரமாகப் பார்த்துக்கொள்வேன்.

என் இடது கரத்தால்
உனக்குப் பரிசளிக்க முயன்றால்
வலது கரம் தடுத்துவிடுகிறது

படபடக்கும் கண்களால்
கண்ணீரை நிறுத்திவைக்கத் தெரியவில்லை

ஒவ்வொரு பருவத்திலும்

ஈன்று நிற்கும் பசுவானது
கன்றினை இருத்திக்கொண்டு
பால் காம்புகளைச் சுரந்துவிடுகிறது
ஈரம் வெகுவாகக் குறைந்துபோன
ஆடிக்காற்று புழுதியைச் சுழற்றி
என்மேல் வீசுகிறது

பலாமரத்தின் இலைகளாகி
நானும்
ஒவ்வொரு பருவமாக
உதிர்ந்துகொண்டே இருக்கிறேன்.

இன்றைய பௌர்ணமியில்
தளும்புகிறது காவிரி

நேரம் தவறிய பறவையொன்று
ஆற்றைக் கடந்துபோகிறது

அதன் ஓசையில்
அதன் வேகத்தில்

ஒரு பதற்றமுமில்லை.

ஏன் தாமதமாக வந்தாய்

நீ வருவதற்கு முன்பாக
இரண்டு பயணிகள், தொடர்வண்டிகள்
கடந்து போய்விட்டன

நீ வந்து சேர்வதற்குள்
ஒருமுறை நடைமேடையை
கூட்டிப்பெருக்கிவிட்டார்கள்

உன் பயணத்தின்
அதிவிரைவான ஊர்தியும் வந்துவிட்டது

நீ மட்டும்தான்
தாமதமாக வந்து

நிதானமாக
கடந்து போய்விடுகிறாய்.

கண்ணீர் அஞ்சலி
பதாகைகளைப் பார்க்கும் போதெல்லாம்
அச்சமடைகிறேன்

அஞ்சலி செலுத்தும் பொருட்டு
யாரென உற்றுப்பார்க்கிறேன்

நெடுஞ்சாலையின் பயணங்களில்
ஒவ்வொரு நாளும்
வெவ்வேறு சுவரொட்டிகள்

ஆழ்ந்த இரங்கலும்
கண்ணீர் அஞ்சலியும்
இல்லாத ஒரு நாளில்லை

இன்றைய மழையில்
நனைந்து கொண்டிருக்கும்
ஒரு சுவரின் நடுவே

அகாலமரணத்தில் ஒருவன்
சிரித்துக் கொண்டிருக்கிறான்

மழையோ
பாதசாரிகளை விரட்டியடிக்கிறது.

உனக்கான கவிதைகளை
எழுதிக்கொண்டிருக்கும் இவ்வேளையில்
இக்கைபேசி
செயலிழந்துவிட வேண்டும்

அல்லது இத்தட்டச்சுப் பலகை
தன் நிறங்களை மாற்றிக்கொள்ள வேண்டும்

அல்லது பொழுதாவது
ஒருமுறை இருளவேண்டும்

என் நம்பிக்கையில் ஒன்றுமே
நிகழ்ந்திடாத இப்பொழுதினை
வெறுமனே கடந்து செல்ல
வழிதெரியவில்லை.

வானத்தின் பிறையை
இன்றுதான் பார்க்கிறேன்

பொலிவான உன் நெற்றியில்
அது
சந்தனக்கீற்றாகக் காய்ந்துகிடக்கிறது

ஒளிரும் நட்சத்திரங்களை
ஒவ்வொன்றாக எண்ணிக்கொண்டிருக்கிறேன்

கை தவறிய காலத்தில்
எண்ணிக்கை மறந்து கூடுதலாக
ஒன்று சேர்ந்துவிட்டது

மறுபடியும் ஒருமுறை
கைவிரல்களைப் பிரித்து அடுக்கவேண்டும்

ஒன்றோடு ஒன்றாக
ஒன்றின்மேல் ஒன்றாக

ஒளியிலிருந்து பிரியாத
உன் கண்களைப்போல்

இம்முறையாவது புருவங்கள்
அசையாது விழித்திருக்க வேண்டும்.

மூன்று வருடமான அலைபேசி
தன்னைத் துண்டித்துக்கொள்ளத் தவிக்கிறது
பயன்பாட்டின் இறுதிநிலையை

அதன் ஒவ்வொரு செய்கையினாலும்
எனக்கு உணர்த்திக் கொண்டிருக்கிறது

நான் என்னசெய்ய
அதன் பயன்பாட்டை விடவும்
கூடுதலான ஒரு வாழ்க்கையை.

உன் சிரிப்பின் இரண்டுபுறத்திலும்
கூர்வாளின் நட்சத்திரம் பூக்கிறது

நம்பிக்கையினால் விடிந்த கடற்கரையில்
நான் மட்டும் நடந்துபோகிறேன்

அலைகள் மோதிக்கொண்டிருக்கும்
பாறைகளின் மத்தியில்
இளைப்பாறவோ
உரையாடவோ
யாருமில்லை

இடது மூக்குத்தியில்
பதியப்பட்ட படிகமொன்று
பட்டை தீட்டப்பட்ட வைரமாக
இருண்ட வானத்தின் நடுவே
நட்சத்திரமாக ஒளிர்கிறது

இடிந்த வீட்டினை
எவ்வளவு நேரம்
பார்த்துக்கொண்டிருக்க முடியும்

ஒரு ஆறுதலுக்காக
இடிந்து போன மனிதனிடம்

நெடுநேரம் பேசிக்கொண்டிருக்கிறேன்.

நேற்றைய மழையில்
நனைந்துகொண்ட பச்சைவாழையின்
சில குருத்துகள்

ஆகாயத்தைத் தன் சிறுமடலின்
நடுவே அமரவைத்து
அசைந்து கொண்டிருக்கிறது

மேலேறி வருகிறது
ஞாயிற்றுக்கிழமை சூரியன்

ஒவ்வொரு மடலின் ஈரத்திலும்
ஒட்டியிருந்த வானம்
துளித்துளியாக உலரத் தொடங்கிவிட்டது

நாளையும்
மழை வரலாம்

பெரிய துன்பங்களிலிருந்து
எளிய துன்பங்களுக்கு
இடம்பெயர்ந்து விட்டேன்

எஞ்சிய நாட்களில்
சிலவற்றை

ஒருமுறை சூதாடியாவது
தோற்க வேண்டும்.

மேனியில் விழுந்த மழையை
உதறிவிட்டேன்

இப்போது வானத்தையும்
விடுவிக்க வேண்டும்

இடைப்பட்ட நேரத்தில்
வெம்மையான ஒரு பருவத்தை
எப்படி எரித்துவிடலாம்
என்பதையும்

யோசித்துக் கொண்டிருக்கிறேன்.

திருவிழாக்கூட்டத்தில்
தேடிக்கொண்டிருக்கிறேன்

இரைச்சல் கூடிய கூட்டத்தில்
ஓசையற்ற

உன் பாதத்தின் கொலுசுகள்
எத்திசையில் ஆடினாலும்
அஃதே கொடை

மழை ஓய்ந்து
குளிரத்தொடங்கிவிட்டது காலம்
ரயில் வண்டியின் கடைசிப்பயணியாக
நடைமேடையின் உயரத்தில்
ஏறிக்கொண்டிருக்கிறேன்

ஒவ்வொரு படியிலும்
எடைகூடிய வேனிற்காலத்தை
ஒவ்வொரு அடியாக
தரையிறங்கச் சொல்லி
வாசல்வரை
அழைத்து வந்துவிட்டேன்.

ஒரு பரிசுப்பொதியை
உன்னிடம் சேர்த்துவிட
இந்தக் காலைநேரமே
போதுமானது

ஒளிரத் தொடங்கும் இந்நாளினை
நீதான் நிறைவு செய்ய வேண்டும்

யாவரிடமும் எளிதில் பழகிவிடும்

அந்தச் செந்நிறப்பூனையின்
கண்களிலிருந்தும் ஒரு சூரியன்
புலர்கிறது.

இந்த வானத்தில்
பிறையைத் தாண்டிய நட்சத்திரங்கள்
ஒன்றுமில்லை

கடலில் விழுந்த இடியொன்றின்
துளியளவு வெளிச்சத்தில்

ஒருமுறை
உன் கைரேகையைக் கண்டுவிட்டேன்

போதும் என்பதுதான்
எத்தனை நிறைவு.

மழைவரும் வேகத்திற்கு வேகாத
மண்கட்டிகளை
அடுக்கிக்கொண்டிருக்கிறாள்
சூளையில் ஒருத்தி

இழுத்துப் பிசைந்த மண்ணின்
அசதியில் உறங்கிக் கிடப்பவனை

இழுத்துவர மனமில்லாத
அவள்தான்
பள்ளிக்கூடம் போகாத
பிள்ளைகளை
வைத்துக்கொண்டு அடுத்த
சூளைக்குத் தயாரான
செம்மேடுகளை மூடிவைத்தாள்.

ஆடையைக் களைவதைப்போல்
இப்பொழுதினைக் களைந்துவிட்டேன்

தூரத்தில் வலசை போகிற
பறவைகள் ஒன்றையொன்று
தொடாத இடைவெளியில் சீராக
மேற்கு நோக்கிச் செல்கின்றன

கைகளை வீசி நடக்கும்
இச்சிறுமியின் பாதலயத்தில்

பறவையொன்று வட்டமிட்டுத்
திரும்புகிறது.

சிறு கிராமத்திலிருந்து
நகரத்தை நோக்கிய பயணத்தில்

கீற்று வேய்ந்த உனது வீடும்
செம்பருத்தி மரமும்தான் எனக்குத்
துணை.

வீடு திரும்ப வெகுநாட்கள் ஆயிற்று
மாநகரத்தின் ஒவ்வொரு வீட்டிலும்
தேடியலைகிறேன்

செம்பருத்தியின் ஓரிதழையும்
காணமுடியவில்லை

நான் இப்போது
என்ன செய்யலாம் என்பதை

செவ்வரளிப் பூக்களிடம்தான்
கேட்டுக்கொண்டிருக்கிறேன்.

நான் மாநகரம் வந்து
வெகுநேரமாகிவிட்டது

மழையும் தூறலுமான வானத்தில்
பெரிதான மாற்றமில்லை

மழைநீர் வடிந்த சாலைகளில்
வாகனங்கள் சீராக
ஓடிக்கொண்டிருக்கின்றன

எதிரும் புதிருமான முச்சந்தியில்
ஒரு தேநீருக்காகக் காத்திருக்கிறேன்

உன் தாமதத்தால்

தேநீரின் சூடு சற்றே குறையத்
தொடங்கிவிட்டது

இறுதியில் நான்

தேநீரோடு சேர்த்து உன்னையும்
கைவிடத் தொடங்கிவிட்டேன்

புறப்பட்டுவிட்டேன் எந்த
வழித்தடமென்று தெரியவில்லை

உத்தேசமாக அதிகாலையில்
வீடு திரும்பிவிடுவேன்

இரவில் உறங்காமல் பயணம்
செய்வது எவ்வளவு துயரமானது

யாருமில்லாத சாலையில்
ஓசையில்லாமல் கடந்துவிடும்
ஒரு பூனையின் கண்களாக
இரவு முழுவதும்
விழித்துக் கொண்டிருக்கிறேன்.

விடியும்போது நீதான்
என் வாசலைத் திறக்கவேண்டும்.

ஒவ்வொரு நாளின்
ஒருபொழுதாவது உன்னைத்தேடி
ஓய்வதுதான் தற்போதைய
நெருக்கடியில் ஒன்றாக
உருமாறிவிட்டது

யானை வந்த கனவொன்றில்
விழித்துக்கொண்டேன்

நாய்களின் இடையற்ற
கூச்சலுக்கு நடுவே

விதானத்தில் ஒரு ஜோடி
பல்லிகள் ஊர்ந்து கொண்டிருக்கின்றன.

இந்தப் பிரார்த்தனையை
எங்கிருந்து தொடங்கி
எந்தக் கடவுளிடம் கையளிக்க
வேண்டுமென்று தெரியவில்லை

வேண்டிநிற்பதும்
யாசகமும் ஒரே பொருளல்ல
இந்த மாநகரத்தில்
திசைதெரியாத ஒருவன்
கடைத்தெருவின் இரைச்சலுக்குப்
பழகிவிட்டான்

அவனிடம் எஞ்சிய
அன்பினையெல்லாம்
அதே சந்தையில்
விற்றுப் பிழைக்கவும்
கொள்முதல் செய்யவும்
தயாராகிவிட்டான்.

இறுதியாக
மாநகரக் கடற்கரைக்கு
வந்துவிட்டேன்
உப்புக்காற்றில்
உலரத்தொடங்கிவிட்டன
நேற்றைய கனவுகள்

இலக்கு நோக்கிய
விளையாட்டுக் குதிரைகள்
மீண்டும் எஜமானனை
நோக்கித் திரும்பிவிட்டன.

பாதத்தில் ஒட்டிக்கொண்ட
மணற்துளிகளை உதறிக்கொண்டு
ஒருமுறை
நடந்து பழகினேன்

அலைகள் மோதிய பாறைகள்
ஒவ்வொன்றாக உடைந்து
கொண்டிருக்கின்றன

உன் நினைவுகளை
உன்னிடமே சேர்த்துவிட
விரும்புகிறேன்.

இந்தக் காவிரியின்
ஒருகரையில் ஒருமுறை
நீச்சலடித்து விளையாடினேன்

புளியம்பழத்தின் செம்பவள ஓடுகளை
உடைக்க மனமில்லாது காத்திருந்தேன்

விளாமரத்தின் உச்சியிலிருந்து
தவறி விழுந்துவிட்டேன்

சப்பாத்தி முட்கள்
தைத்துக்கொண்ட உடலை
உதறிவிட மனமில்லாது

உன்னிடம் மட்டும்தான்
பேசிக்கொண்டிருக்கிறேன்.

குளிர்காலம்
தொடங்கிவிட்டது செல்வி.

உலராத உன் கூந்தலின்
ஈரத்தை நான்தான் முதலில்
கண்டேன்

பிறகுதான்
அந்தச் சூரியன்.
கோடையில் ஒருமுறை
கலைந்துவிட்ட உன் கேசத்தை
வகிடெடுத்த சூரியனைப்
பார்க்க மனமில்லாது
திரும்பிக்கொண்டேன்

கோடையல்லாத
குளிர் இல்லாத
இந்நாளில்
உன் முகப்பருவாக
உடையத் தொடங்கிய
இரவினை
விடியும் வரை
வேடிக்கை பார்க்கிறேன்.

வாசலில் பூக்கத்தொடங்கிய
பூவரசமரத்தில்
கம்பளிப்பூச்சிகள் வரத்தொடங்கிவிட்டன

முருங்கையை விட்டால்
பூவரசினைத் தொற்றிக்கொள்ளும்
இப்புழுக்களுக்கு
யாரிடமும் புகாரில்லை

என் இருப்புப்பாதை
உருகத்தொடங்கிவிட்டது கண்ணே
உன்னிடம் தொடங்கிய பயணம்
அவ்வளவு எளிதாக முடியாது

நீயென்பது ஒருவழிப்பாதையல்ல
எதிரேவரும் கன்றுக்குட்டிக்குக்
காம்புகளைக் கையளிக்கும்
காலத்தில் வாழ்கிறேன்

அன்பின் ஒருநிலையில்
நீயென்பது
பால்சுரக்கும் காமதேனு.

இந்தப் பயணமென்பது
உன்னிடம் பிரிந்த ஒரு கோடை.

*கார்த்திகை பனிக்காலத்தில்*
*வியர்த்துக்கொண்டிருக்கிறேன்.*
*வரப்போகும்*
*கோடையில் பூக்கள் உதிரும்*

*நாம் நடந்துபோன*
*அத் தார்ச்சாலையில்*

*எப்போதாவது*
*ஒருமுறை*

*மழை பொழியட்டும்.*

ஆடியில் ஒளிரத்தொடங்கிய
உன் முகத்தினை
சந்தனப்பொடியால்
துலக்கம் செய்கிறேன்

மீண்டெழுந்த
உன் வாசனையால்
துவண்டு போகிறேன்

வெளியே சிதறிக்கொண்டிருக்கிற
பெருமழையை வீட்டிற்குள்
அழைத்துவர
ஜன்னலைத் திறக்கவேண்டும்

அதற்கு முன்பு
வாசலைத் திறக்கவேண்டும்.

நட்சத்திரங்களை
வாய்விட்டு எண்ணிக்கொண்டிருந்த
சிறுமியொருத்தி
பத்துவிரல்களும் போதாதென்று
கட்டைவிரலால்
கோடிழுத்துக்கொண்டே
அண்ணாந்து பார்த்து
சிரித்துக்கொண்டிருந்தாள்.

ஒவ்வொரு கோட்டிலும்
ஒவ்வொன்றாகத்
தரையிறங்கத் தொடங்கிய
நட்சத்திரங்கள்
வானத்தை மறந்து
மண்ணில் புரண்டு
குழந்தையோடு குழந்தையாக
புழுதியாகிக் கிடந்தன

பாப்பா என்றழைத்த
அம்மாவின் அவசரத்தில்

குழந்தை வீடு நோக்கியும்
நட்சத்திரங்கள் வான்நோக்கியும்
ஓடிக்கொண்டிருந்தன.

சோமவாரத் திங்களில்
பிரகாரம் சுற்றிவரும்
உன் பிரார்த்தனையில்
வளாகச் சுவற்றிலிருந்த
புறாக்களில் ஒன்று

உன்னிடம் ஏதொவொன்றை
சொல்லியபடி

கையொடிந்த வராகியிடம்
அமர்ந்துகொண்டது.

முழுப்பனியும்
கவியும்வரை காத்திருந்தேன்

ஜரிகை போர்த்திய
சால்வையிலிருந்து
இமையசையாத
கண்களை மூடித்திறந்தாய்

விடியும்வரை
வானத்தில் ஒரு மின்னலும்
தோன்றவில்லை.

உன்னிடமிருந்து
வெளியேறத் தெரியாமல்

அந்த மைதானத்தின்
இருளில் பதுங்கியிருந்த

வெள்ளைநிறப் பூனையிடம்
விளையாடிக் கொண்டிருந்தேன்.

தானியங்களைப்
பரிசளித்தால் போதும்
தவிட்டுக்குருவிகள்
சமையலறைக்குள் வந்துவிடும்.

மீன்கவுச்சி வாடையில்
கொல்லைப்புற வாசலில் அண்டிநிற்கும்
வாலாட்டும் நாய்கள்

அமாவாசைத் திதியில்
பித்ருக்களுக்காக வைத்த
சோற்றில்

வெயிலேறிய
சில காகங்கள்

தன் அலகுகளை
தண்ணீர்த் தொட்டியில்
அலசிக் கொண்டிருக்கின்றன.

யாருமற்ற கோடை
தன் வீடுநோக்கித்
திரும்பிக் கொண்டிருக்கிறது.

இந்தக் கோடையின்
அமைதி
என்னை அச்சுறுத்துகிறது

பாழ்கிணற்றில் தவறிவிழுந்த
ஓணான் ஒன்று
தன் தலையினை
திரும்பத் திரும்ப
அசைத்துப் பார்க்கிறது.

என்னிடம் ஒன்றுமில்லை

இக்கோடையில்
பூத்துநிற்கும் கொய்யாச்செடியின்
பூக்களிடம் நான் யாரென்பதைக்
கேட்டுக்கொண்டிருக்கிறேன்.

அவையெல்லாம் உன்னைவிட
வெகு சாதுர்யமாக

கனிந்துகொண்டிருக்கின்றன.

உன்னிடம்
பெற்றுக்கொண்ட பெருமழையை
உன்னிடமே பரிசளிக்கிறேன்.

மழைக்காலத்தில்
பூக்காத செம்பருத்திகளை
உன்னிடமே கைவிடுகிறேன்
நீ பார்த்து வளர்ந்துவிட்ட
உன் தாவரக்கொடிகளை
உன்னிடமே ஒப்படைத்துவிட்டு

சற்றுநேரம்
இளைப்பாறிக் கொள்கிறேன்.

கவிதையென்பது
ஒரு சொல் மட்டுமல்ல
உறைந்துகிடக்கும் பவளப்பாறை.

யாரிடமும் யாசிக்காத பசி

உறங்கும்போதும்
விழித்துக்கிடக்கும்

யானையின் கண்கள்.

உன் உதடுகளாக
வெடித்துக்கிடக்கும்
கோடையை எந்த விரலால்
எப்படித் தீண்டுவது

என் பதற்றத்தில்
நடுங்கும் விரல்களை
எப்படிப் பழக்குவது

உள்ளொடுங்கும் இரவின்
பௌர்ணமி வெளிச்சத்தில்

என் கதையை
எங்கிருந்து தொடங்கி

யாரிடம் முடிப்பது.

வேனிற் பருவமிது
வாதாமர இலைகள்
உதிரத்தொடங்கிவிட்டன
ஒவ்வொரு இலையிலும்
மூங்கில் முட்களால்
பெயரெழுதத் தொடங்கிவிட்டோம்

எத்தனைமுறை எழுதித் தீர்த்தாலும்
முனை ஒடியாத
அந்த முட்களை

ஒவ்வொருமுறையும்
வீசித்தான் எறிந்தோம்

உன் கனிவினால்தான்
இந்த உலகம்
எடைகூடியிருக்கிறது செல்வி

வாசலில் நின்று
யாசிப்பவனிடம் உன்பொருட்டு
இந்த ஞாயிற்றுக்கிழமையைப்
பரிசளித்துவிட்டேன்

முன்பொருமுறை
நீ வந்துபோன

அதே ஞாயிறு.

வெயில் வராத முற்றத்தில்
கொடி நிரம்பிய பூக்கள்
இரவு முழுவதும் உதிர்ந்துகிடக்கின்றன

பாசி படர்ந்த அம்மிக்கல்லில்
அம்மாவின் கைரேகை காலத்தின்
வரி வரியாகப் பூஞ்சை படர்கிறது

இரவு முழுவதும் பெய்த மழையில்
குளிர் தாங்காத தவளைகள்
படியேறி வருகின்றன

அம்மா இருந்தால்
கதவைச் சாத்தியிருப்பாள்

அப்பா இருந்தால்
ஜன்னலையும் மூடியிருப்பார்

நான் மட்டும்தான்
இப்போது

ஏதுமற்ற காலத்தை
என்ன செய்வது
சற்றே
வேடிக்கை பார்க்கலாம்.

மூன்றாம் நாளின்
மன்றாடலில்தான் நீ
உயிர்த்தெழுந்தாய்

உன் சிலுவையில் அறையப்பட்ட
பாவத்தின் ஆணிகளில்

ஒன்றே இப்பிறவி

கைவிடப்பட்ட பாவங்களை
வழிதவறிய குழந்தைகளை

எப்போதும்போல்
நீயே ஆசிர்வதிப்பாய்

ஆமென்.

உமையொருபாகனுக்கு
இடதுமுலையில் பால்சுரக்கிறது
உதடு குவித்த குழந்தையொன்றை
கைகளில் ஏந்திய மீனாட்சி

ஈற்றுப்பல்லின்
குறுகுறுப்பைத் தாளமுடியாது

மேலும் ஒருமுறை
தன் மடியைத்
தளர்த்திவிட்டாள்.

உன் சொற்களாகச்
சிதறிக்கிடக்கும் நெல்மணிகளைப்
பொறுக்கியெடுக்கும்
கிளிகளை வரப்பில் நின்று
வேடிக்கை பார்க்கிறேன்.

அதன் அலகுகளில் கொத்தி நிற்கும்
மணிகள் ஒவ்வொன்றும்

உன் இடது மூக்குத்தியாக
ஜொலிக்கிறது.

கசங்கலான உடைபோல
ஒருகனவு
வெட்டுவாயில் தப்பித்துவிட்ட
மீனொன்று
தாவிக்குதித்துத் தரையில்
நீந்துகிறது கொஞ்சநேரம்

பேருந்து நெருக்கடியில்
வியர்வை நாற்றத்திலிருந்து
வெளியேறிய ஒருத்தி
சேலையை இழுத்துத்
தொங்கிய மார்புகளை
அடக்கிவைத்தாள்.

கடைத்தெருவில்
எஞ்சிய காய்கறிகளை
ஈரத்துணியில் போர்த்தி
மறுநாள் கடையைத்
திறந்துகொள்கிறான் ஒருவன்.

இரவுநேரப் பேருந்தில்
விடிய விடியப் போகிறது பயணம்

எந்த நேரத்தில்
விடியுமென்று ஒவ்வொரு
நிறுத்தமாக விழித்துக்கொண்டே
வருகிறான் இவன்.

இடைவிடாத தீயொன்று
எரிந்து சாம்பலாகும் வரை
காத்திருக்கிறேன்

சென்ற நூற்றாண்டின்
இறுதிப்போரில் தோல்வியுற்ற
போர்வீரனின்
தற்கொலையிலிருந்து
சிதறிப்போன நம்பிக்கையை
உள்ளங்கைகளில் ஏந்தி வருகிறேன்

உனக்கு விருப்பமிருந்தால்
மீண்டும்
போரிடுவோம்.

பௌர்ணமியாக ஒளிரும்
அம்மாவிற்கு என்னிடம்தான்
அதிக வருத்தம்.

யாரிடமும் இறையாத
அவளின் அழகான தோடுகளை
அடகுவைத்தவன் என்பதால் மட்டுமல்ல

அவளின் கடைசியான
நம்பிக்கையையும்
தொலைத்தவன் என்பதால்

அவையெல்லாம்
இன்றும் தொடர்ந்துதான்
தொக்கி நிற்கிறது.

இன்று பொழியும்
பௌர்ணமியிலும்

அவளுக்கு
என் நினைவுதான்
முதலில் வரும்.

கடல்
கொந்தளிக்கிறது

ஒளியற்ற வானத்தில்
வலசை போகும்
நிறமற்ற பறவைகளின்

வரிசையில்
ஒரே ஒழுங்கு

ஒரே திசை.

ஆடு மேயும் நிலங்களில்
வெயிலுக்கு ஒதுங்கியிருக்கும் பெண்கள்
நேற்றைய பொழுதுகளை
நிதானமாக அசை போடுகிறார்கள்

பொழுது சாயும் வேளையில்
கொட்டிலுக்குத் திரும்பும் ஆடுகள்

எப்போதாவது அசைபோடுகின்றன
அவ்வப்போது உறங்குகின்றன.

உற்சவம் புறப்பட்டுவிட்டது
உமையவளோடு நாகேஸ்வரனும்
சில பரிவாரங்களும்

பங்குனி உத்திரவிழாவில்
பல்லக்குத் தூக்குபவன்
தோள் மாற்றிக்கொண்டே
பாரத்தைக் கைமாற்றிக்கொள்கிறான்
அவனது அசைவில்
ஒருமுறை சிவனும்

ஒரு பாதி சக்தியுமாக
நகரத் தொடங்கியது வீதி.

போர் என்ன செய்துவிடும்
உயிர்களைக் கொல்லும்
ஓய்வாக இருக்கும் நேரங்களில்
இயற்கையை அழிக்கும்

ஒவ்வொரு போரிலும்
பிரதேசங்கள் அழியும்
அகதிகளாக மொழியழியும்

நான் இப்போது
குழந்தைகளைப்போல் விமானங்களை
தலையுயர்த்திப் பார்ப்பதில்லை

போர் என்றாலே
விமானங்களே நினைவுக்கு வருகின்றன

அதன் இறக்கைகள்
பறவையின் வடிவமல்ல.

*காலத்தினை வரிசைப்படுத்துகிறேன்*

சிறுகுழந்தையின் கைதவறிய
பந்தினைப்போல்

ஒருமுறை தடம்புரளும்
ரயில் வண்டியாக

திசைதவறி கடலுக்குள்
இறங்கிய விமானமாக

எதிரே வரும் இருளாக
வரிசையில் காத்திருக்கும்

கடைசி நேரப் பயணியாக

தற்கொலை செய்துகொள்ள விரும்பியவன்
முதல்முறையாக இருப்புப்பாதையில்
தனியாக நடக்கிறான்.

ரயில் வரும் நேரத்தில்
விலகி நடந்துவிடும் எருதினைப்போல்
இல்லாமல்

எதிரே வரும் ரயில் மீதே
ஏறி நடந்தான்

ஒருமுறை அவன்மீது
ரயில் ஏறிச் சென்றது

ஒருமுறை எருதினைப்போல்
விலகி நடந்தான்.

ஒரு காலத்தில் ஆலமரம் இருந்தது
ஒரு பருவத்தில் புளியமரம் பூத்திருந்தது
ஒரு கோடையில் வேம்பு காய்ந்து நின்றது

வழியில் நிற்கும் பனைமரங்களில்
முதுகு தேய்க்கும் எருமையைப்
பார்த்திருக்கிறேன்

ஈச்சமர ஓரத்தில் பதுங்கியிருக்கும்
ஓணான்களைப்போல்

டீக்கடையின் ஓரத்தில் நின்று
விரைந்து போகும் வாகனங்களை
மட்டுமே பார்த்துக்கொண்டிருக்கிறேன்.

*காவிரியிலிருந்து சம்பிரதாயத்திற்குக்
கொண்டுவரும் ஒருகுடம் தண்ணீரில்
மஞ்சள் பொடியினைக் கலந்து*

*கடைசியாகத் தலையில் ஊற்றியபிறகே
காடாத்துண்டு போன்ற
ஒரு காரிக்கன் வேட்டியை
ஏற்றுக்கொண்டவர் அப்பா.*

*வீட்டிலிருந்து வடக்கே போனவரின்
தவறவிட்ட திதிக்காக*

*ஒவ்வொரு வருடமும்
பாசியைப்போல்
ஒரு மாதமாகக் காய்ந்து கிடக்கிறது*

*மகாமகப் படித்துறை.*

இன்றைய நாளைக் கடந்துவிட்டேன்
விடுதியிலிருந்து வீடுதிரும்பும்
மாணவனைப்போல்

சிறையிலிருந்து வெளியேறும்
குற்றவாளியைப்போல்

ஒரு குற்றப்போதமும் இல்லாமல்
வீடுதிரும்பும் பாக்கியத்தை

ஒருமுறையேனும்

உனக்குக் கிடைக்கப்பெற்றால்

அஃதே கொடை

காலத்தினை வரிசைப்படுத்துகிறேன்
சிறுகுழந்தையின் கை தவறிய
பந்தினைப்போல்

ஒருமுறை தரம் புரண்ட
ரயில் வண்டியாக

திசை தவறிய விமானமாக
எதிரே வரும் துரோகியாக

வரிசையில் காத்துநிற்கும்
கடைசி நேரப் பயணியாக

மிக சமீபமாகக் கடலைப்பார்த்தவன்
வெகுநெருக்குமாக மலையேறியவன்

இப்போது கடலிலிருந்து
ஒரு மீனையும்

மேருவிலிருந்து
ஒரு தாவரத்தையும்

வீட்டிற்கே
அழைத்து வந்துவிட்டான்

முற்றத்தின் தொட்டியில்
மீனையும்

கூரையின் மேல்
தாவரத்தையும் படரவிட்டான்

விடியும் வரையில்

கடலின் ஓயாத இரைச்சல்
கண்விழிக்காத
குழந்தைகளாக நெடுநேரம்

உறங்கிக் கொண்டிருக்கிறது
தாவரத்தின் ஒரு பகல்

சிட்டுக்குருவியின் பதட்டத்திற்கு
ஒரு கிளையும் அசையவில்லை

கீச்சிடும் குரலில்
ஒரு பொழுதும் விடியாது

கூட்டமாகவே வரும்
கூட்டமாகவே திரும்பிவிடும்

அவசரத்தின் பொருட்டு
தின்றது போக

மீதமிருக்கும்
தேங்காய் திட்டலின் மீது
எறும்புகள் ஊரும்
காகங்கள் வந்துபோகும்

ஒருநாள் முடியும்
மறுநாளும் தொடரும்.

இடிபடும் வீடுகளிலிருந்து
வெளியேறுகிறது தலைமுறையின்
கைப்பிடிச்சுவர்

பாதாளக் கரண்டியும்
அம்மிக்கல்லும்
மூதாதையரின் துயரம்

முற்றத்திலிருந்து வெளியேறும்
துளசி மாடத்தினை
பார்த்து நிற்க மனமின்றி

ஊஞ்சலில் ஆடிய குழந்தையை
இடுப்பில் ஏற்றிக்கொண்டு
கொள்ளைப்புறமாக வெளியேறுகிறாள்

வாசலில் புழுதி
தெருவெங்கும் இரைச்சல்

ஒளியைக் கண்களால் தீண்டும்போது
இருள் காலடியில் விழுந்து கிடக்கிறது

பாவனையோடு திரும்பும் மேகங்களை
மழையென நம்பி

ஒவ்வொரு துணியாக
ஒவ்வொரு முறையும் வீட்டிற்குள்
சேர்த்துவிடும்

இவளின் நம்பிக்கையில்
என்றாவது பெய்துவிடும் அடைமழை

இரவில் ஒரு முறை
உன் வாசலைத் தட்டியிருக்கிறேன்

ஒரு நண்பகலில்
உன் தோட்டத்தில் விளையாடியிருக்கிறேன்
அதிகாலையின் வாசலில்
ஒரு கோலமிட்டிருக்கிறேன்

இவையெல்லாம் அறியாத
செம்பருத்தியொன்று
அந்தியில்தான் பூக்கிறது

ஆனாலுமென்ன

அந்தியில்தான் வானமும் சிவக்கிறது

தென்னையின் உயரத்திலிருந்து
தலைகீழாக இறங்கி வரும்
அணில்களில் ஒன்று

அந்தரத்தில் மிதந்து வரும்
காகங்களைப் போல்
சற்று நேரம்
நடுமரத்தில் வாலை மட்டும்
அசைத்துகொண்டிருந்தது

நாணலாக ஒரு தோகை
அசைந்துகொண்டே தரையிறங்குவதை

குறுகுறுக்கும் கண்களோடு
இருமுறை பார்த்துக்கொண்டே
பின்னர்
தரையிறங்கி ஓடியது.

வழி தவறிய தவளையொன்று
இருப்பின் பொருட்டு வாசலுக்கே
வந்துவிட்டது

தூங்கி வழியும் நாயொன்றின்
கண்களின்
இரப்பையிலிருந்து வெளியேறுகிறது
கண்ணீர்

இரவைக் கடந்து போன
பௌர்ணமியில் ஒரு துளி ஈரமில்லை

விடியும் வரை
ஒளிரும் தெருவிளக்கில்

ஈசல்களின் கூட்டம்
தனது இறக்கைகளை

எறும்புகளுக்கு இரையாக
விரித்துக்கொண்டிருக்கின்றது.

என்னுடைய எல்லாக் காரியங்களிலும்
கூடவே வருகிற உன் ஞாபகங்களை
இந்த மரத்தடியில் விட்டுவிடுகிறேன்

அந்த மரங்களின் கிளையொன்று
அசையும் வேளையில் பறந்து போகட்டும்

என் காரியங்களோடு
அந்த ஞாபகப் பறவையும்

இறுதியும் அந்தரங்கமும்
யார் கையில் உள்ளது?

பரோல் கிடைத்த கைதியொருவன்
வீடு திரும்ப வேண்டும்

ஒளியே கொஞ்சம் விலகிவிடு
இருளோடு இருளான
அவனது முத்தங்கள்

குழந்தைகளுக்கும் கூடுதலாக அவனது

மனைவிக்கும் சத்தமின்றி ஒலிக்கட்டும்

பரோல் என்பது

தண்டனையிலிருந்து தற்காலிகமான ஓய்வு
விடுமுறையிலிருந்து வெளியேறுகிற

திங்களைப் போல் ஒருநாள்
வாழ்வு.

நான் கடலைப் பார்த்துக்கொண்டிருக்கிறேன்

கடல் தாண்டிய நிலத்தையும்
பார்த்துக்கொண்டிருக்கிறேன்

நடை பயிலும் குழந்தைபோல
தடுமாறிவிடுகிற அலைகளுக்கு

ஆறுதலாக

சற்றுநேரம் கடலில் நடந்தேன்
அலையேதும் இல்லாத

அப்பெருங்கடலின் ஆழத்தில்.

எப்போதும் போல் வாழ்கிறேன்
அன்றாடம் உறங்குகிறேன்

கால்நடைகளின் இரவினைப் போல்
அவ்வப்போது அசை போடுகிறேன்

நேற்றைய வானத்தில்
ஒளியிருந்தது

நேற்றைய பகல்
வெம்மையாக இருந்தது

இன்றைய இரவு
இருண்டு கிடந்தாலும்

உறங்கத் தெரியாத
ஒரு கடலுக்குத்
துணையென விழித்திருக்கிறேன்

காகத்தின் அலகுகளாக உதிக்கிறது பகல்
ஆந்தையைப்போல்
அகாலத்திலும் விழித்திருக்கிறது இரவு

நான் இரவில்
ஒரு காகத்தின் நிறத்தோடும்
பகலில் ஆந்தையின்
கண்களோடும் உலவுகிறேன்

இரவும் பகலும்
இருளும் ஒலிதான்.

பாடாய்ப் படுத்துகிறது மரணம்
நேற்று பிச்சை கேட்டு
வாசலுக்கே வந்துவிட்டது

என்னால் முடிந்த அளவில்
எதிர் வீட்டையும்
அடுத்த வீட்டையும்
காட்டிவிட்டு வாசலை மூடிவிட்டேன்

இன்று நான் புறப்படும் வாகனத்தில்
கைக்குழந்தையாக அடம்பிடித்து
ஏறிக்கொண்ட அதன் சுமையோடு
நகரங்களின் ஒவ்வொரு தெரு
வழியாக உள்நுழைந்து வெளியேறி
போக்குவரத்து நெரிசலில்
மாட்டிக்கொண்டேன்

ஊர்ந்து நகரும் வாகனங்களுக்கு
இடைவெளியில் ஒவ்வொரு முகமும்
அழுகிய பிணங்களாக
நகர்ந்து போகின்றன

வேகம் பிடித்து ஓட்டத் தெரியாத
எனக்குச் சாலையின் ஒழுங்கை
பின்பற்றத் தெரியாமல்
ஓரத்தில் நின்றுவிட்டேன்

நான் புறப்படும் வரையிலும்
காத்திருக்கமுடியாத
அதன் வேகம் வேறொரு வாகனத்தின்
பின்னிருக்கையிலும் சென்றிருக்கலாம்.

கோடையின் நினைவுதான் உள்ளது
ஆனால் கோடையைப்போல்
வெப்பமாக இல்லை

மழைக்காலம் குளிராகவுள்ளது
நீண்டகால ஈரத்தினை உலர்த்த முடியவில்லை

பள்ளியிலிருந்தும்
கல்லூரியிலிருந்தும்
வீடு திரும்பி வெகுநேரமாகிவிட்டது

கோடை மழை
அடித்துக்கொட்டுகிறது.

இதோ இக்காற்றின்
எதிர்த்திசையில் நடந்து வருகிறேன்

வழிமறிக்கும் புதுமண்ணில்
கண்சிவந்து விட்டது

அலைக்கழிக்கும் பாதையென்றாலும்
அதுதான் ஒருவழியென்றானபின்
நான் மட்டும் எப்படித் திரும்பமுடியும்

இக்கோடையில் ஒருமுறை
உன்னிடமிருந்துதான் திரும்ப வேண்டும்

அஃதே

பொழியப்போகும் மழைக்கு
நான் செலுத்தும் நன்றியாக
நினைத்துக்கொள்வேன்.

விடுதியிலிருந்து திரும்பும்
குழந்தைகளைப்போல

வீடுதிரும்பும் குற்றவாளிக்கு
ஒரு போதமுமில்லை

அதிகாலையில்
உதிரும் செம்பருத்தியின் நிறமாக

அவ்விரு கண்களும்
சிவந்து நிற்கின்றன.

நான் வந்துசேர்வதற்கு முன்பே
அவர் புறப்பட்டுவிட்டார்

அவரது பயணம்
அவரின் மகத்துவம்

நான் திரும்பிக்கொண்டிருக்கிறேன்
புறப்பட்ட இடத்திலிருந்து

விசையிலிருந்து இலக்கு
தடுமாறித் தடுமாறி
தரையில் விழுவதைப்போல்

திரும்பிக் கொண்டிருக்கிறேன்.

இருள் குறைவாக உள்ளது
ஒளியும் குறைவாகவே உள்ளது

உத்தேசமாக அலைந்துகொண்டிருக்கும்
பூனைக்கும்
அபூர்வமாக ஒளிரும் நட்சத்திரத்திற்கும்

இருள் பற்றிய புகாரில்லை

இருளென்பது குறைந்த வெளிச்சம்
ஒளியோ எரியும் காடு.

இது என் வார்த்தையல்ல
உனது வாக்கு

கைவிடப்பட்டவன்
தெய்வத்திடம்
ஏங்கும்போது தன்னையே
தேற்றிக்கொள்ளும்
உளவியலின் உபாயம்

எங்கு நாம் பிரிந்தோம்
எவற்றால் பிரிந்தோம்

உனக்கு ஞாபகமிருந்தால்
என்னிடம் சொல்

எனக்கு நினைவிருந்தால்
உன்னிடம் சொல்கிறேன்

இருவருக்குமேயான ஞாபகத்தில்

பிரிவுமட்டும்
நாள் கடந்துபோகிறது.

திருடப் பழக வேண்டும்
பொய் சொல்லத் தெரியவேண்டும்

நம்பிக்கை துரோகம் பயில வேண்டும்

இவையேதும் சாத்தியமற்ற
மனதிற்குத் திருட்டை
மன்னிக்கத் தெரிகிறது

பொய்யென்றலும்
போகட்டுமெனக் கேட்கத் தோன்றுகிறது

துரோகத்தோடு மட்டும்
வாழத் தெரியவில்லை
செத்தாரைப்போல் திரிவது
எக்கணம் வாய்க்கும்.

வீடு நோக்கித் திரும்பிக்கொண்டிருக்கிறேன்
குழந்தைகள் வெளியேறிவிட்ட
பள்ளிக்கூடத்து மைதானம்போல

பௌர்ணமியில் மிதந்துவரும்
அலைகளாக இவ்விரவினைக்
கடந்துவிடுகிறேன்

வழிதவறி தடுமாறினாலும்
ஒளிரும் நட்சத்திரமாக
நீதான் வழிநடத்தவேண்டும்

திசையிலிருந்து பிரிந்து
தனியாகப் பறந்து செல்லும்
அக்காக் குருவியின் ஓசையில்தான்

புலரத் தொடங்கும் காலை.

இப்பருவம் கோடையா
இளவேனிற் பருவமா
நேற்றிரவு பெய்திட்ட பனியின்
குளிர்கூட இன்னும் நீங்கவில்லை

வெயிலின் இடையறாத
வெப்பத்தில் உன் புகைப்படத்தை
மீண்டும்
கையிலெடுத்துப் பார்க்கிறேன்

யாதொன்றின் தொடர்ச்சியற்ற
ஒருமழை வாசலை
நனைத்துவிட்டுப் போகிறது
வசந்த காலத்தில் ஒருமுறையேனும்
பெய்திடாத இம்மழைக்கு
என்மேல் மட்டும் எவ்வளவு கருணை

கோடையில் படரும்
ஈரம் எவ்வளவு கனமானதோ
அவ்வளவு எளிதில் உலர்ந்துவிடும்

நான் உன்னை வரவேற்கும்
காலத்தில் தாமரைக் குளமெங்கும்
அல்லிகள் பூத்துநிற்கும்
மழைக்காலம்.

பேரிடர் காலமிது
இரவுநேரப் பேருந்துகள்
நிறுத்தப்பட்டுவிட்டன
சிக்னல் கிடைக்காத ரயில்வண்டிகள்
பாதியில் நின்றுவிட்டன
மேகமூட்டத்தில் வானூர்திகளும்
அவசரத்தின்பொருட்டு
தரையிறங்கத் தொடங்கிவிட்டது.

எளிதில் கிடைத்த
வழியெல்லாம் அடைத்து நிற்கும்
பெருவெள்ளத்தில்

நீந்தத் தெரியாத பூனையொன்று
வீடு தெரியாத இருளில்

மியாவ் என்றது.

ஒளியேற்றும் அகலில்
உன் திரியை
யார்தான் தீண்டமுடியும்?

வளையலை
ஒதுக்கிவிட்ட உன்கரங்களின்

ஒளியை எவ்வாறு
அணைத்து வைப்பது?

தீயைத் தீயால்
தீண்டுவதைப்போல்

ஜோதியாகி
நின்றேன்.

என் பால்யத்தில்
இரண்டு நதிகள் உண்டு
ஒன்று காவிரியும்
மற்றொன்று வீரசோழனும்

சுழித்தோடும் நதிக்கரையில்
தளும்பி நிற்கிறேன்

கடலின் ஆழத்திலும்
ஆழமாக ஓடிக்கொண்டிருக்கும்

இந்நதிகளை
மடைமாற்றத் தெரியவில்லை.

நீராலான உலகத்தில்
நீயின்றி

ஒன்றுமேயில்லை.

என் பாவத்திலிருந்து
உன்னை மீட்டுவிட்டேன்
இனியொருமுறை
நாம் சந்திக்காமலிருப்பதே
நலம்.

உன்னைத் தொடர்வது
பூனையின் ஓசையற்ற பாதங்களை
நகலெடுக்கும் துல்லியம் நிரம்பியது.
இருண்டுகிடக்கும்

அறையிலிருந்து வெளியேறும்
மின்விசிறியின் ஓசையைப்போல்

நிதானம் நிறைந்தது

விடிந்துவிட்ட
மார்கழியைப்போல்

உடல் நடுங்கச்
செய்வது.

இடத்தெரியாத கோலங்களை
எத்தனைமுறை அழிப்பது.

*ப*கலில் இருண்டுகிடக்கும் வானம்
உன் மௌனத்தை ஒற்றியெடுக்கிறது

திரண்டுநிற்கும் மேகங்கள்
இதழோரத்தில் தேக்கிய

புன்னகையை உடைத்துவிட்டால்
போதும்

கொட்டித்தீர்த்து விடும்
ஒரு பேய்மழை

நீயென்பது இக்காலத்தின் குளிர்.
நீயென்பது
வந்துநிற்கும் கோடை
நீயென்பது
சாய்ந்துநிற்கும் ஒருமரத்தின்
நிழல்.
நீயென்பது எப்போதாவது
தோன்றும் கனவு.
நீயென்பது ஒரு சமவெளி
நீயென்பது ஒரு தோற்றம்
நீயென்பது ஒரு மாயை

நீயென்பது
எப்போதும்

நான் தவறவிட்ட
ஒரு காலம்.

உற்சவம் முடிந்து
சன்னதி திரும்பும்
ஆடலரசா

உன் திருநடனத்தில்
நானொரு விளையாட்டுப் பொம்மை

ஊழிக்கூத்தில்
ஓய்ந்துபோன உன்கால்களை

மல்லாரி இசைத்து
தாலாட்டுவேன்.